சிறகுகள்

அருட்சகோதரி. சகாய அரசி யோனீஸ்

ஏலே பதிப்பகம்

சிறகுகள்

ஆசிரியர் ©**சகாய அரசி யோனீஸ்**

முதற்பதிப்பு 2021
பக்கங்கள் 103

ISBN 978-93-91423-24-7

புத்தகம் வெளியீடு
ஏலே பதிப்பகம்
மின்னஞ்சல் முகவரி
Aelaypublish@gmail.com
phone – 9944992571

Published by
© AelayPublish
www.aelaypublish.com

சமர்ப்பணம்

எனது தந்தை யோனீஸ்க்கும்
அண்ணன் யோ.பிரான்சிஸ்க்கும்
இந்த படைப்பு சமர்ப்பணம்

பேனா முனைக்கும் காகிதத்தின் இடையில் நடைபெறும் அன்பின் உரையாடலை கவிதை. எழுத்துக்கள் கவிதைக்கு அழகு சேர்க்கிறது. எனது "சிறகுகள்" என்னும் இந்த புத்தகத்தில் உள்ள 50 கவிதைகளும் நமது வாழ்க்கையை எடுத்துரைக்கிறது. " நான் ரசித்த அழகிய இசை என் அப்பாவின் இதயத்துடிப்பு" " நான் வாழும் ஒவ்வொரு நிமிட துளிக்கும் காரணம் என் அண்ணனின் இரத்த வியர்வை" என்னுள் பூக்களாக சிதறிக்கிடந்த எழுத்துக்களையும் எண்ணங்களையும் கவிதை நூல் வடிவில் கோர்க்க காரணமாக இருந்த என்னை விட்டு அகன்று விண்ணகம் சென்ற என் தந்தைக்கும் அந்த தந்தையின் இடத்திலிருந்து என்றும் என்னை காக்கும் என் அண்ணனுக்கும்
இந்த கவிதை காவியத்தை சமர்ப்பிக்கிறேன்

அருட்சகோதரி.
சகாய அரசி யோனீஸ்

உள்ளடக்கம்

இயற்கை சிறகுகள்

உறவு சிறகுகள்

தனிமைச் சிறகுகள்

சமுதாய சிறகுகள்

எதிர்கால சிறகுகள்

இயற்கை சிறகுகள்

1. கடற்கரை சாலையில் !

இயற்கையின் அழகே
நீ இதயங்களின் இன்பமே
அலையால் ஆர்ப்பறிக்கிறாய்
உன் அழகால் மனதை தொடுகிறாய்
அலையாடும் உன் முன்னே
எல்லோரும் விளையாடும் பிள்ளைகள் தானே
கடற்கரை மணலில் கால்கள் புதைய
என் கவலைகள் எல்லாம் மெதுவாய் குறைய
உனக்குள்ளே ஓர் உலகம்
அதிலே விண்மீன்களை போல ஏராளம் உயிர்கள்
அலைமேல் அலையாடும்
ஆனந்த கானம் என மனம் பாடும்
உன்னை பிரிந்தால் மனங்கள் வாடும்

உன்னை மீண்டும் காண தருணங்கள் தேடும்
கருமேக திட்டுக்களின்
நிலவின் ஒளி சிதறலாய்
வான் மழையின் மண் வாசத்தில்
தென்றலின் அலையின் அன்பில்
நானும் அன்பில் தவழுகிறேன்
நிமிடத்திற்கு நிமிடம் தாவும் மனம் கூட
உன் முன்பில் சரணடைகின்றதே!!
காற்றை தென்றலாக்கி
மணலை படுக்கையாக்கி
அன்பை வரவாக்கி
உன்னையே தேடி வருகிறேன்
இன்றும் என்றும்.

2. அதிகாலை அழகே!

தாலாட்டும்
பூங்காற்று
வாசம் வீசும் நேசம்
பூவின் நேசம்
காதோடு பேசும்
மெல்ல இதழ்
விரிக்கும் பூக்கள்

சிரித்து வரவேற்கும்
குயில்கள்
வசந்தத்தை
வரவேற்கும் இசை
அதிகாலை
தென்றலே
அசைந்தாடும் மன
திங்களே!
விடியலை
புன்னகைத்து
வரவேற்பு தரும்
மலரே!

உன்னை தள்ளிவிட்ட
நாட்களுக்கு
வணக்கம் சொல்லி வா.

பூமி கண்ட
புனிதமான நேரமீது
தூங்காமல் எழுந்து வா
விடைத்தெரியா
கணக்கு கூட
கண் எதிரே
தோன்றும் வா

சூரியன் அன்பில்
மூழ்க மணம் வீசி வரும்
காலை மலரே
சில்லென்ற காற்று
என்னை தழுவ
திரை விலகும்
பனியில் தொடப் போகிறேன்
நான் தொடுவானம்.

3.காற்றாகிய நீ!!

இறைவனால்
கிடைத்த அதிசயம் நீ!
எங்களை வாழ
வைக்க அவசியம் நீ!
காற்றாகிய உனக்கு
எத்தனை பெயர்கள்?
எத்தனை வகைகள்?
நாட்டிற்கு வளம்
சேர்க்க
எத்திசையிலும் நீ!

மந்திரம் போட்டு
மறைந்திருக்கும் நீ!
பாகுப்பாடின்றி
உதவும் நீ எங்கே?
உன்னை பங்கு
போட்டு விற்கும்
நாங்கள் எங்கே?
அடக்கி வைக்க
முடியா அற்புதம் நீ!
வேலி போட முடியா
வேங்கை நீ!
சுவாச காற்றின்
மூலதனம் நீ!
படிக்க முடியா
கவிதை நீ!
வீசும் திசையில்
அலைகிறது மனம்
மூச்சுள்ள வரை சுவாசித்து மட்டுமல்ல
நேசித்து வாழ்வேன்
உயிரான காற்றை!

4.மரமே வரம்!!

பச்சை வண்ணத்தில்
பரவிக்கிடக்கும்
இலைகள்
காண்பவர்
விழிகளில்
பசுமையே பரப்பிடும் அழகு
வளைந்து நெளிந்து
பிரிந்து செல்லும் கிளை
வாழ்வின் தத்துவ வழியை
எடுத்துக்கூறும் அழகு

அகலமாய் அகன்ற
அடிமரம்
மனிதனின் சுயப்
பெருமையை
சொல்லும் அழகும்
உதிரும் இலைகள் கூட
உன்னிடம் கவிகள் பாடும்
ஆடாமல் அசையாமல்
ஓரிடத்தில் நின்றாலும்
தென்றல் காற்றின்
உரசலுக்கு மட்டும்
தலையசைத்து
சம்மதம் சொல்வது
ஏனோ?

வானிலிருக்கும்
மழைத்துளி கூட
உன் சம்மதம் பெற்றே
திரை சேறும்
உன்னை கடக்கும்

அனல் காற்றும்
தென்றல் காற்றால்
மாறிப்போகும்
வாழ்வு ஒரு வரமே
அந்த வரத்திற்கு
உயிர் நீ தானே!

உன்னை காப்பேன்
என் வாழ்நாள்
முடியும் வரை
என்றும் நேசித்து
காப்பேன் உன்னை
நான்!

5. பசுமையான விவசாயம்!!

மண் மனிதனின் முதல் தோழன்
மண் மனிதனின் கடைசி எதிரி
கடவுள் மண்ணின் முதல் விவசாயி
மனிதன் கடவுள் படைத்த முதல் விவசாயி
விவசாயம் மண்ணின் அன்பின் பிறப்பு

ஆனால் இன்றோ!
விவசாயம் சாவின் திறவுகோல்
பலருக்கு தண்ணீர் அரசியல் சதுரங்கம்
விவசியிக்கோ தண்ணீர் இசையின் மிருதங்கம்
அன்று இறைவன் படைத்தான் நிலத்தை
இன்றோ மனிதன் நிலத்தை உடைக்கிறான்
முகசாயம் அழிந்தால் நாடகம் முடியும்
விவசாயம் அழிந்தால் தேசம் முற்றுமே
இணையம் தகவலை தரலாம்
இணையத்தால் உணவை தரமுடியுமா?

வேர்கள் நீரினை வித்தியாசம் பார்ப்பதில்லை
மனிதன் ஏன் பார்க்கிறான்?
எங்கே விழுந்தாலும் மழை ஈரமே
எங்கே இருந்தாலும் மனம் ஈரமாக இருக்கட்டும்
விவசாயம் வாழ வேண்டும்
விவசாயி வாழ வேண்டும்
அன்று தான்
பூமி மலரும்
சோகம் உலர்ந்து போகும்.

6. மலரே!!!

பச்சை இலை மாளிகையில்
பதுங்கி இருந்தாய் மொட்டாக
பவள ஒளி படுகையிலே
சட்டென்று மலர்ந்த மலரே
பனித்துளியும் ஆசைகொண்டு
உன் மேல் பகல் தூக்கம் போடும்

மலரே தேனீக்கள் கண்டால் தேன் குடிக்கும்
உன்னை தொடாமல் உன் அழகில்
பகலிலும் நிலா உலா போடும்
இரவில் காணாத உன் அழகை காண
மெல்லிய தென்றல் உன்னை தொட்டால்
செவ்வானம் சினம் கொண்டு சிவந்திடும்
அன்பை சொல்லும் கடிதம் நீ அல்லவா!!

பெண்களின் கூந்தலுக்கு கிரீடமும் நீயல்லவா
மனித இறப்பிலும் நீ
மலர் மாலையாய்
அழகு சேர்ப்பதும் நீயல்லவா
மீண்டும் குப்பையில் மலர்களாக மலர்ந்து
அழகு கொடுப்பதும் நீயே!

8.நிலாவே!!!

காரிருள் சூழ்ந்த காட்டினிலே
காட்டு அருவியின் ஓசையினிலே
மலர்கள் நிறைந்த கிளைகளிலே
மணம் மயங்கும் வேளையிலே

நட்சத்திர ஒளியினிலே
நடமாடும் நீர்நிலையில்
நிலவே உன்னைக் கண்டு
நான் என்னை மறந்தேன் தினமும்

பால்முகம் கொண்டாய்
பச்சிளம் குழந்தை போல
வட்ட நிலவே
ஒளி பகிர வந்தவள் அல்ல நீ

பிள்ளைக்கு சோறூட்ட வந்தவள் நீ
கருமேகம் சூழ
மெல்ல மெல்ல விழிக்கிறாய்
நான் கண்ட இரவு சூரியன் நீயோ

எத்தனை கோடி உயிர்களம்மா
உன் வரவை தேடி காத்திருக்க
நிலவே நீ
தேய்வதும் வளர்வதும் வாடிக்கை
நான் தேய்கையில்
நீயே என் நம்பிக்கை

கவிஞனுக்கு கற்பனை ஏணித் தருவாய்
மனிதனுக்கு கலையாத ஏக்கம் தருவாய்
என்னை பார்த்ததும்
மேகத்தில் தாவித்தாவி நீ ஓட
உன்னைப் பார்த்ததும்

தேடித்தேடி வார்த்தை
நான் சேர்க்க
கவிதை வந்தது
நிலா கவிதை ஆனது.

9.அருவி!!!

என்ன துணிச்சல் உனக்கு
யோசிக்காமல் மேலிருந்து குதிக்கிறாய்
குறித்த வேகத்தில் ஓடுகிறார்
என்றுமே இளமையாக தோற்றமளிப்பவனே!

கற்ப்பனையின் அன்பனே
சிதறினாலும் மீண்டும் இணையும் வித்தையே
நீ எங்கே கற்றுக் கொண்டாய் என் அழகே
அழகிய பசுமை கொண்ட பேரழகி

நீ வளைந்து ஓடும் பாதையில்
இடை அழகு ஏராளம்
நீ கடந்து போகும் பாதையில்
என் மனமும் கடந்து போனது

உன்னை நினைக்கும் போதேல்லாம்
நிலை குலைந்து போகிறேன் நான்
உன்னை தொட்ட உடனே
தொலைந்து போகிறேன் நான்

நீ மலை முடியில் பிறந்தவளா!
இல்லை மண் அடியில் மலர்ந்தவளா!
உன்னைக் கண்டதும் நிறைந்தது நெஞ்சம்
அருவியே நீயோ தினமும்

தற்க்கொலை செய்து மரணமெடுக்கிறாய்
அனைவரின் உள்ளங்களிலும்
எத்தனை மகிழ்ச்சி
அருவியே பாவம் நீ!!

பசுமையின் இயற்கை அருவியே!!
மனிதன் வாழ்வில் சான்று நீயல்லவா!!
மனிதனின் மறுபிறவி தான் நீ
பிறவியின் அருவியே !!
நைசிப்போம் அனைவருமே!!

10.தமிழின்அழகே!!!

இயற்கை தோன்றனுக்கு முன்னே தோன்றிய மொழி
எங்கள் தாய் மொழி
இலக்கியத்தோடு தோன்றிய மொழி எங்கள் தமிழ் மொழி
இயல்பாக பேசும் மொழி

எங்கள் தாய் மொழி
இசையோடு பேசும் மொழி
எங்கள் தமிழ் மொழி
வானத்தை அளந்த மொழி

எங்கள் தாய் மொழி
வரலாற்றுக்கு முன்னுரை தந்த
எங்கள் தமிழ் மொழி
அன்பிற்கு அர்த்தம் சொன்ன மொழி எங்கள் தாய் மொழி

அறிவிற்கு இலக்கியம் வகுத்த மொழி
எங்கள் தமிழ் மொழி
வீரத்தை விளக்கிய மொழி
எங்கள் தாய் மொழி
விவேகத்தை சொன்ன மொழி எங்கள் தமிழ் மொழி

கல்வெட்டில் கண்ட முதல் மொழி எங்கள் தாய் மொழி
போர்க்களத்தைக் காட்டிய மொழி எங்கள் தமிழ் மொழி
அரசரின் மொழி எங்கள் தாய் மொழி
அரத்தின் மொழி எங்கள் தமிழ் மொழி

தமிழரின் ரத்த செம்மொழி எங்கள் தாய் மொழி
பாட்டுகளின் சங்கீத மொழி எங்கள் தமிழ் மொழி
தரணி இருக்கும் தமிழ் இருக்கும்
தரண்டைத் தாண்டியும் தமிழ் இருக்குமே !!!

உறவு சிறகுகள்

11.கருவறை சிறகே!!!

அம்மா!
அன்று உன் கருவறையில் நானிருந்த போது
நினைவுகள் அற்று வாழ்ந்தேன்
அன்று உன் கருவறையில்
நான் வாழ்ந்த தருணங்களை எல்லாம்
தெரிந்திட துடிக்கின்றேன் இன்று!

யார் சொன்னது?
தாயின் கருவறையில் இருட்டறையென்று
அது இருட்டறை அன்று
அதுதான் எனக்கு
சொர்க்கம் அம்மா!!

அன்று!!
வார்த்தைகள் இல்லாமல் பேசினேன்!!
கண்கள் இல்லாமல் ரசித்தேன்!!
காற்றே இல்லாமல் சுவாசித்தேன்!!
கவலைகள் இல்லாமல் வாழ்ந்தேன்!!

என் தாயின் கருவறையில் இருக்கும் வரையில்!!
நான் கடந்து வந்த
அழகான இருப்பிடம் அல்லவா!!
தாயின் கருவறை!!

உலகில் எவராலும் கட்டமுடியாத
ஒரே ஆலயம் தாயின் கருவறை!!
அதில் வளரும்
ஒவ்வொரு உயிரும் உன்னதமே!!

மீண்டும் திரும்ப வாழ இயலாத இடம் அல்லவா அது!!!
அன்று உன் மூச்சுக்காற்று நான்!!
இன்றும்
அதே மூச்சுக்காற்றுதான் நான்!!

கருவறையில்
நீ தந்த அன்பின் சிறகால்!!
இன்று இந்த உலகத்தில்
பறக்கிறேன் என் தாயே!!

12.சொல்லபடாத அன்பு

உன் வரவால் உலகிற்கு என்னை
அறிமுகம் செய்தாய்!
உன் வாழ்வில் நீ கண்ட சுமைகளை
என் வாழ்வில் நான்
காணாமல் இருக்க
உயர்ந்த வழியை
எனக்கு பகிர்ந்தாய்

தோள் மீது சுமப்பது
யார்?
தோழனைப் போல
தோள் கொடுப்பது
யார்?
கரந்தை பிடித்து சென்ற அப்பா
அல்லவா?
கடவுள் எனக்கு வரம்
தரவில்லை
பதிலாக உன்னை தந்தார்!!!
பத்து மாதம் சுமந்து தெய்வம் அம்மா!
வாழ்க்கை முழுவதும் சுமக்கும் தெய்வம்
அப்பா!

முதன் முதலாக உன் கையை பிடித்து நடந்த தருணம்
மறவேனோ!
என் கண்ணில் கண்ணீர் வராமல் இருக்க
உங்கள் கண்ணீரை மறைத்திட பிள்ளைகளின் வெற்றிக்கு
அப்பா என்ற ஆயுதமே
காரணம்
அப்பா காட்டும் கோபம் காற்று போல
நொடியில் மறைந்து
போகும்

வெற்றிக்கு முதல் படி
அப்பாவின் சொற்கள்
அப்பாவின் அன்பும் பாசமும் குறையாது
பிள்ளைகளின் முதல் ஆசிரியர் அப்பா!

என் முதல் ஹிரோ
அப்பா!
என்றும் என்னை காக்கும் கடவுள்
அப்பா!
என் பாசத்தின் விதி விலக்கு அப்பா!
இன்றும் போல் என்றும்
என் தந்தையின் பாதையில் நான்!

13.அன்பான உறவே!!!

அப்பாவின் மறு
உருவம் நீ
அம்மாவின் பிம்பம் நீ
என் உற்ற தோழனும்
நீ
என் உதாரண
தம்பியும் நீ
என் பக்க பலமும் நீ
என் பாதுகாப்பு
கவசமும் நீ

அண்ணா என்ற ஒற்றை சொல்லுக்கே!
அன்னையின் அன்பையும் அரவணைக்கும் பண்பையும்
கொட்டி கொடுத்தவன் நீ
நீ எனக்கு தாலாட்டு பாடியது இல்லை.

ஆனால்!
உன் மடி சாய்ந்து நான் கலங்கியதுண்டு
உன் பாராட்டுகளை நான் கேட்டது இல்லை.

ஆனால்!
நீ பாராட்டியதாக கேட்டதுண்டு
தாய்மடிக்கு நிகர்
இல்லை என்பார்கள்
உன் மடி அறியாதவர்கள்

சாலையை கடக்கும் போது உன் இறுக்கமான கைப்பிடியில்
அறிவேனே!
இலகுவான உன் அன்பை நீ செல்லும் சுற்றுலா தளங்களா
யாவும்
எனக்கான பொருட்காட்சியாய்
மாறி போனதே!

அப்பாவின் அன்பை உன்னில் கண்டேன்
இதமாக
என் அண்ணனே
எனக்கு அன்பான
உறவு
உன்னையன்றி வேறு யாரென்பேன்!!!

14.உணர்ச்சியின் உறவே!!!

சத்தம் சூழ்ந்த இவ்வுலகில்
பூத்த உறவல்ல இது!
இரத்தம் சூழ்ந்த கருவுலகில்
பூத்த உறவிது!

நானிருந்த கருவறையில்
எனக்குப்பின் வந்தவள் நீ!
நான் தமக்கை என்ற பதவியை
எனக்குத் தந்தவள் நீ!
காற்றில் இரு பூக்கள்
உரசிக்கொள்ளும் கவிதைதான்
உனக்கும் எனக்குமான
மோதல்கள்!!

இப்பொழுதெல்லாம்
மோதல்களில் நீயே
வெற்றிக்கொள்கிறாய்..

நம் ஆயுதங்கள்,
அதிகபட்சம் தலையணைகள்!
காலங்கள்
வினாடிகளை விடவும்
வேகமாய் ஓடுகின்றன!
பால்ய காலங்களை கடந்து -இன்று
பருவ காலத்திலே நாம்!

ஒரே அறையில்
ஒன்றாக பயில்கிறோம் -பின்
நன்றாக துயில்கிறோம்!
எப்போதும் மகிழ்கிறோம்!!
இருவரும் பிரியும் தருணங்கள்
எதிர்காலங்களில் வரலாம்!

சில கண்ணீர்காலங்களை
அவை நமக்கு தரலாம்!
இப்பொழுதெல்லாம்
மோதல்களில் நீயே
வெற்றிக்கொள்கிறாய்..
நம் ஆயுதங்கள்,
அதிகபட்சம் தலையணைகள்!
காலங்கள்
வினாடிகளை விடவும்
வேகமாய் ஓடுகின்றன!
பால்ய காலங்களை கடந்து -இன்று
பருவ காலத்திலே நாம்!
ஒரே அறையில்
ஒன்றாக பயில்கிறோம் -பின்
நன்றாக துயில்கிறோம்!
எப்போதும் மகிழ்கிறோம்!!
இருவரும் பிரியும் தருணங்கள்
எதிர்காலங்களில் வரலாம்!
சில கண்ணீர்காலங்களை
அவை நமக்கு தரலாம்!

அந்த கணங்களில் எல்லாம்
என் கண்களின் வழியே வழியும்
உனக்கும் எனக்குமான
செல்ல மோதல்களின் நினைவுகள்!!!

15.உடன் பிறவா உறவே!!!

இறைவனின் படைப்பில் உடன்பிறவா
உறவும் ஓர்
அதிசயமே!
உடன்பிறவா உறவை
உயிராய் எண்ணும்
உறவு கிடைப்பதும்
ஓர் வரமே!
முழு அன்பையும்
மொழியும் உன்னத
உறவே!

தேன் சிந்தும்
சொற்களால்
திகட்டாமல் பேசும் என் உறவே
எனக்காக உருகும் ஒரே உறவு நீயல்லவா

மண்ணுக்குள்
புதைந்திருக்கும்
வைரம் போல்
உந்தன் முழு
அன்பினை மும்
புதைத்து வைத்துள்ளாயே!

உன்னையன்றி என்னை பாசத்தில் வெல்ல
இவ்வுலகில் எவர் உள்ளார்
கண் சிமிட்டும் நொடிதனில்
ஆயிரம் ஆயிரம்
பரிமாற்றங்கள்
உன்னுள் என்னையே அறியாத
உந்தன் அன்பினில்
பல தருணங்களில்
நான் விழுந்து விட்டேன் போல
என் அன்பே

கள்ளம்மில்லா அன்பு
என்றால்
என்னவென்று நான்
அறிந்தேன்
அவளின் அன்பினிலே

கற்கண்டாய்
நானும் கரைந்தேன்
மறுஜென்மம்
என்றிருந்தால்
உன் உடன்பிறப்பாய்
வரம் வேண்டும்
இல்லை உந்தன் மடி
தவழும் மகளாக
வரம் வேண்டும்.

16.இரத்த உறவே!!!

தேடா உறவுகளை தேடி அலையாதே!!!
தேடும் உறவுகளை
அவமதித்து உதறாதே!!!

தேடித்தேடி தொலைவதே துன்பம்
தேடும் உறவிடம்
உன்னை தொலைத்து பார்!!!
நாளெல்லாம் பூக்கும் இன்பம்!!!
பணத்தை கண்டதும்
மாறுவர் சிலர்!!!
பதவி வந்ததும் மாறுவர் சிலர்!!!

அகத்தியானாலும் குணத்தால் மாறாத சிலர்!!!
அவர் மனங்களை
கோயில்களுக்கு நிகர்!!!
முந்தைய உறவின்
பெருமையை மகிமை!!!
இன்றைய உலகில்
அது கிடைப்பது அருமை!!!
நாளைய உலகில்
கிடைத்தாலே பெருமை!!!

இன்றே அன்பை விதைப்போம்!!!!
அதுவே நம் கடமை!!!
இரத்த உறவுகள்
என்றும் சூழ வேண்டும்!!!
முத்தத்தை மல்லிகையாய் !!!
தாய் முத்த புன்னகையாய்!!!
ஆயுள் வரை உறவு!!!
தாய்ப்பால் புனிதமாய் இருக்கவேண்டும்!!!
அதை நாம் விதைக்கவேண்டும்!!!

17.முதுமையில் வறுமை!!!

கொடியது கொடியது முதுமை
கொடியது!!
அதனிலும் கொடியது முதுமையில்
வறுமை!!!
வறுமையில் தனிமை!!!
வீட்டின் பெயரோ அன்னை இல்லம்
அன்னை இருப்பதோ
"அநாதை இல்லம்"
முதுமை என்றால் ஏன்
இத்தனை பாராமுகம்!!!

மழலைக்காய் உழைத்த கால்கள்
முதுமையில் தல்லாடிட
அரவணைக்க ஆளின்றி
உறவினர் இடையே மதிப்பின்றி
அலட்சிய பார்வையும்
வறண்ட உள பிரதிபிம்பாவாய்
மொழிகளும் - நெஞ்சில் முள்ளாயினும்
என் மகள்(ன்) என்று பொறுத்து
இருக்கையில்........

உடல் தளர்வோடு உள்ளமும் தளர்ந்து
உழைத்த நாட்களை அசை போட்டு
உதவி கரம் கேட்டு தவிக்கையில்
வார்த்தையால் வதக்குகிறார்கள்
உதிர்ந்து பூனை சருகுகளாக...

குறையுமா முதியோர் இல்லம்
நிறையுமா அவர் சொந்த இல்லம்
பிறவி பயன் என்பது முதுமையே
அது சாபம் அல்ல.. ஒரு வரம்...

சிறகுகள்

அன்னையும் பிதாவும்
மழலையாய் மாறுகையில்
மனசு மறக்கிறது என்றால்
நம் வாழ்க்கைக்கு அர்த்தம் இல்லை
ஓ.. இளைய சமுதாயமே
புரிந்து கொள் இனிவரும் காலத்தில்
நாமும் முதியோர் தான்..

முதுமையின் குண நலன்கள்
ஆரம்ப கல்வியில் புகுத்திட
வேண்டும் - அனுபவத்தில்
அன்பினால் பெற்ற அறிவு
கலி கொடுமையில் வற்றிடும்
போது கல்வி அறிவு கடுகளவேனும்
முதுமையை காக்க வழி காட்டும்
முதுமை என்பதும் இனிமைதான்
தனிமை
காணாத வரையில்

முதுமைக்குமுகவரி தந்த
இளமைதொலைந்ததுகூட
இனிமையாகஇருக்குமே
நிகழ்வுகளைநினைத்து
கனவாககாணும் போது

நட்பு வட்டத்தில்தி ளைத்து மூழ்கிய
நாட்களைமறக்க முடியுமா
இல்லை
காத்திருந்துகாதல் சொல்லி
நேற்றுவரைசேர்ந்திருந்த
என் உயிரை எனக்கே தந்த
என் இனிய
உறவை
மறக்க முடியுமா

நல்ல
நினைவுகளுடன்
உறவுகளும்
சேர்த்து வைத்தால்
இந்த முதுமையும் இனிமை தான்
கனவுகள் காண

18.புத்தக உறவே!!!

புத்தகம் ஒன்று
கைகளில் இல்லாத மாலைகள்
கைகளே இல்லாதவனிடம்
கிடைத்த
வீணைகள் போல
வீணாய் முடியும்!!!

என்னைத் தொலைக்க
நானே முயலும் போதும்,
என்னைக் கண்டெடுக்க
நானே முனையும் போதும்
புத்தகங்கள் மட்டுமே
கண் முன் வருகின்றன!!!

வார்த்தைகளில் விழுந்து
பக்கங்களில் புதைபட்டு
கவிதைகளில் கரைந்து
பின்
வெளிவரும்போது விடிந்திருக்கும்,
வானமும், மனமும்.

புத்தகங்களில்லா அறைகள்
காற்றைக் கட்டிவைத்த
கல்லறைகள் தான்!!!
இல்லையேல்
சிறகுகளை வெட்டிவைத்த
சிறைகள் தான்!!!

புத்தகங்கள் இல்லையேல்
என்னால்
சுவாசிக்க முடியாதென்று
சிந்தித்த காலங்களும் உண்டு!!!

ஆனால்,
இப்போதெல்லாம் மாறிவிட்டன!!@
புதையலின் பாதை என்னில் எங்கே??
இதோ புத்தக புதையலை நோக்கி
மீண்டும் என் பயணம்!!!

19.மனசாட்சி உறவே!!!

நமக்குள் இருக்கும்
நமக்காக இருக்கும்
நம்மை வழிநடத்தும்
நம் மனசாட்சி

நாளும் பொழுதும்
விழித்து இருக்கும்
நல்வழி நடக்க
நம்மோடு இருக்கும்

விரோதம் நினைக்க
கொட்டிப் போகும்
மதிக்கா விட்டால்
எட்டிப் போகும்

கண்ணுக்கு தெரியாது
பேசவும் வராது
முன்னுக்கு வரவே
இதன்படி நடப்போம்

இதனையும் கொல்லும்
மனிதர்கள் பலபேர்
இறுதியில் ஒருநாள்
இதன்தாள் பணிவர்
மெல்ல நீ பேசுவாய்
மௌனத்தில் நான் இருப்பேன்

கவலைகள் உன்னிடம் நான் சொல்ல
காதோரம் நீ பேசுவாய்

மகிழ்ச்சியின் முதல் ரசிகை
நீ தான்!!
அதில் நான் நிலைத்திருக்க
செய்பவளும் நீ தான்...

தோழி போல் உடன் வருவாய்
உன் வருகை இன்றி
நான் சென்றதில்லை எங்கும்..

பல விடயங்கள் உன்னிடம் மட்டும்
பதில் நமக்குள் மட்டும்
பல விஷயங்கள் நீ அறிவாய்
பாலம் போல் நீ இருந்தாய்...

நீ எந்தன் மனசுக்குள்
மனசாட்சியே!

20.**மரண உறவே!!!!**

பேரூந்தொன்று;
பெரியவர் முதல் குழந்தைகள் வரை
இதில் பயணம்;

ஓட்டுநர்
எல்லாம் அறிந்தவர்;
நடத்துநர்
எல்லாரையும் ஆட்டிவைப்பவர்;

முடிவில் இப்பேரூந்து
எங்கே தரிக்கும்?
ஓட்டுநருக்கே
அது நிதர்சனம்;

இங்கு பயணிகள்
பலரோ
இறங்குமிடம் அறியார்;
சிலரோ
அதிர்ஷ்டம் செய்தோர்;
இடைவழியிலேனும்
இறங்குமிடம் அறிவார்;

ஆனாலும்...
அதோ!
இறங்குமிடம்
மெல்ல... மெல்ல...
அருகமைய...
அச்சிலர் சித்தத்தைச்
சொல்லொணாப் பயம்
சூழ்ந்திங்கு வாட்டும்...!
காரணமறிய முன்பே
சேரிடம் வந்துவிடும்...!

பிறகென்ன?
சென்றிடுவர் சிலர்;
சென்றவரை எண்ணிக்
கன்றிடும் கண்ணிமைகள் பல,
கலங்கி வழிவிழிநீரால்...!
நித்தியமானது
இத்தரை மீதினில்
மரணம் ஒன்றே!
நிமிடமிது கூட
நிரந்தரம் அன்றே!

கர்வம், கசடு, காழ்ப்பு
கோபம், பேராசை தவிர்!
கடமையே கண்ணாகக்
களிப்போடு வாழ்ந்திடு!

நாடி நரம்பு எல்லாம்
ஓடித் தளருகையில்;
விருந்தாளியாய், அழையாமலே
நோய் வந்து சேருகையில்;
மனங்கவர் ஒருவர்
மனச்சாட்சியின்றிப் பிரிகையில்;
மரணங் கூட ஓர்
வரமே இங்கு....!

தனிமைச் சிறகுகள்

21.என் இனிய தனிமையே!!@

என் இனிய
தனிமையே!
என்னருகில்
வருவாயே!
சில உறவுகள்
நம்மை
காயப்படுத்திய போதும்
நம்மை ஆறுதல்
படுத்தும் ஒரு உறவு

நம் தனிமை
தனிமையில் எனக்கு
இனிமை இல்லை
என்றாலும்
அதில் துன்பங்கள்
இல்லை என்பதை
உணர்த்த
மறுப்பதில்லை
என் தனிமை

தாயின் கருவறையில்
இருக்கும் அமைதியை
உன் மூலம்தான்
அறிவேனோ!
நேரத்திற்கு ஏற்ப உன்
நிழல் விழும் திசை
மாறலாம்.
எந்த காலத்திலும் உன் தனிமையின்
நிலை மாறாது

சிறகுகள்

நல்ல பாடங்கள் கற்று
தருவது வாழ்க்கையாம்
அந்த வாழ்க்கைக்கு
நல்ல பாடங்கள் கற்று தருவது என் தனிமை
ஆழ்கடலில் கிடைக்கும் சங்கில்
வரும் ஓசையே!
என் தனிமையிலும்
நான் அறிவேன்.

ஆசையாய்!
என்னை சுற்றிலும்
ஆயிரம் நபர்கள்
இருக்கலாம்
ஆனால் ஒருபோதும்
என்னை ஏமாற்றாமல்
இருப்பது என் தனிமை ஒன்றுதான்

அவமானங்கள் என்னை காயப்படுத்திய போதும்
அச்சமில்லை
ஊக்கப்படுத்த என்
தனிமை உள்ளதே!

வலிகள் நிறைந்த வாழ்க்கையில்
எந்த வித எதிர்ப்பார்ப்புகளும்
இல்லாமல்
என்றும் என்னுடன்
இருப்பவன்
என் இனிய தனிமைையே!!!

22.நானும் என் தனிமையும்!!!

நான்கு திசையும் அரண் அமைக்க!!!
தலைக்குமேல் கிரீடம் போல்
வானம் குடை விரிக்க!!!
நடந்து செல்லும் பாதை எங்கும்
பூமி தரை விரிக்க!!!
எல்லாம் எதுவுமாகி
எனக்கான
என் நிழல் துணையிருக்க!!!
என் பயணம் தனிமையோடு!!!

ரசிக்க ரசிக்க
சிந்தனை மாற்றுவாய்!!!
வலி வழிகள்
வாழ்வில் புதிதாகும்!!!
விழி வழி கண்ணீர்
என்றும் சுகமாகும்!!!
தனிமையில் சில நேரங்களில்
யாருக்கும் கிடைக்காத
அற்புதமான வரமாய்!!!

பல நேரங்களில்
எப்பொழுதும் இருக்கும் கொடுமையான சாபமாய்!!!
சிலநேரங்களில் விருப்பமாகவும்!!!
பல நேரங்களில் வெறுப்பாகவும்!!!

வாழ்க்கையில்
சிக்கலான தருணங்களில்
பல நல்ல முடிவுகளை எடுக்க
உதவும் தோழியாகவும்!!!

நாம் வெறுத்தாலும்
நம்மை விரும்பியே
துரத்தும் எதிரியாகவும்!!! எந்நேரமும் நம்மை விலகாமல்
தனிமையில் விடாமல் இருக்கிறது இந்த தனிமை!!!

23. தனிமையில் ஒரு பயணம்!!!

நீங்காத நினைவுகளை
இரவும் பகலுமாய்
உறவுகளோடு பேசிப்பேசி
மகிழ்வோடு வாங்கிக்கொண்டு..

சொந்தங்களையும் நட்புகளையும்
சந்தித்த இடங்களையும்
பேசிமகிழ்ந்த பொழுதுகளையும்
பொக்கிஷமாய் எடுத்துக்கொண்டு..

கொஞ்சிப்பேசும் மழலைகளின்
கள்ளமில்லா உலகத்தில்
கதைசொல்லி மகிழ்ந்து
அவர்களின் சிரிப்பில்
சிதறிய எண்ணற்ற
பாசத்தை ஒன்றுவிடாமல்
பொறுக்கிக்கொண்டு..

எல்லா நினைவுகளையும்
ஒவ்வொன்றாய் சரிபார்த்து
தனிமைப்பைக்குள் திணித்து
நெடுஞ்சாலை பேருந்தின்
சன்னலோர இருக்கையில்
சாவகாசமாய் அமர்ந்து

கோர்த்துவைத்த நினைவுகளை
ஒவ்வொன்றாய் அசைபோட்டபடி
இனம்புரியா ஏக்கத்துடனே
பயணிக்கிறது மனது.. தனிமையே நோக்கி...

24.தனிமையின் அழகே!!!

தனிமை இருளின் வெளிச்சம்
தனிமை ஆழ்கடலின் அதிசியம்
தனிமை இன்னொரு ஆக்சிஜன்

என்னவர் சுற்றி இருந்தும்!
தாமரை இலையில் தவிக்கும் துளியாக நானிருக்க
அந்நொடியில் தனிமை எனக்கு நண்பனாய் தோள்
கொடுத்து

கூட்டத்தில் ஒருவனாய் தினமும் நடிக்க
நான் நானாக வாழ வைத்தது இந்த தனிமை

தனிமையில் நடிக்க தேவையில்லை
நொடியத் தேவையில்லை
என்னை இழந்து இன்னொருவனாய் மாறத் தேவையில்லை

தனிமையில்
ரயில் பயணமாய்
துணையின்றி
தடைகள் இன்றி
கவலையின்றி செல்லலாம்

என் ரசனைக்கும், சிந்தனைக்கும்
தனிமை ஒரு நிலவு

தனிமையை அனுபவித்தவனுக்கு
கிடைக்கும் போதை
சொன்னால் புரியாது
உணர்ந்தால் மீள முடியாது

நான் கேட்கும் இடைவெளியை தந்து
தினம் காலையில் புதியவனாய் பிறக்க செய்து
என்னை ஓட வைக்கிறது இந்த தனிமை

மழை துளிகளாய் என்னோட பேச...
காட்டு குயிலின் ரீங்காரம் பாடி
தாயின் அரவணைப்பை தந்து
இரவின் மடியில் என் கண்ணீரை கரைத்து
மனதின் பாரமெல்லாம் காற்றில் கலக்க
என் உயிரை கடல் அலையாக
நில்லாமல் பயணிக்க வைக்கிறது இந்த தனிமை!!!

25.ஒரு துளி தனிமையே!!!

என்னைச்சுற்றி
பறக்கும் பறவைகள்
பலவிதம் ......

ஜோடிக்கிளியாக
பறந்து வாழும்
பறவைகளின் மத்தியில்
தனிமைப்புறாவாகவே
எனது வாழ்க்கை ......

சிறகுகள் இருந்தும்
மகிழ்ச்சியாக சிறகடித்து
பறக்கமுடியா தனிமை
புறாவாகிப்போனேன் ......

என்னுறவுகளனைத்தும்
என்னுடனிருந்தும் ஏனோ
என்வாழ்க்கை தனிமையாகிப்போனது ....

சந்தோசமாக பறக்கும்
பறவைகளை காண்கின்ற
நேரம் எனது விழிகளில்
ஏமாற்றமும் ஏக்கமும்
கலந்து கண்ணீருடன்
என்வாழ்க்கைப்பயணம் ....

இவைகள் எனது விதியோ
இல்லை கடவுளின் சதியோ
நானறியவில்லை ....

என் துன்பங்களை
நன்கறிவேன் ......

கண்ணீர்துளிகளே என்
துணையாகிப்போனது ......

என்றுமே எனது
வாழ்க்கைப்பயணம்
தனிமைப்புறாவாகவே
தொடரும் .....

26.தனிமை கிளியே!!!

தவிப்புகள் அடங்கிய தடாகம்
இதில் பலவேளைகளில்
தவணை முறையில் நிகழும் மரணம்

சிலநேரம் துன்பம்
சிலநேரம் சந்தோஷம்!
சிலநேரம் அமைதி!
சிலநேரம் அலறல்!
சிலநேரம் வெறுமை!
சிலநேரம் கொடுமையென
சிக்கலாக்கி சிக்கெடுக்கும் மாயமந்திரம்!

சிந்தனையை தெளியவைத்து
சிந்தையை சிதறவைக்கும்
சிதம்பர ரகசியம்!
சிரித்து ரசிக்கவைக்கும்! -பலவேளை
சிந்தி அழவும் வைக்கும்!

ஆளில்லாமல் தவிக்கும் தனிமை
ஆறுதலுக்காக ஏங்கித் தவிக்கும்!
ஆறுதலுக்காக தேடும் தனிமை
அழுகையில் கொட்டித்தீர்க்கும்!
அனைத்தும் அருகிலிருந்தும் தனிமை
ஆத்மார்த்த அன்பை தேடித்தவிக்கும்!
அன்பைச் சுமந்த தனிமை
அடிக்கடி தானே சிரிக்கும்!

முதுமை கொண்ட தனிமை -வெற்று
முற்றத்தையே வெறித்துப்பார்க்கும்!
இறுதியில்,,,,
முடிவு கொண்ட தனிமை - மீண்டும்
மூச்சை கேட்டுத் துடிக்கும்!

தனிமை ஒருவித தவம் -அது
கலைந்தாலும் தவிப்பு!
தொடர்ந்தாலும் தவிப்பு!
இத் "தனிமை"யில் இருக்கிறது
பல பல ரகசியம்
இதில் சிக்குவோரே
இவ்வுலகில் அதிகமதிகம்...

27.தொலையாத தனிமையே!!!

தனிமை என்பது தவிப்பு இனிமையைத் தரும் துடிப்பு
வானாளும் கனவுதான்
வானம்பாடி பறவை போல
இன்பமாய் பறந்திட
களவாடிய பொழுதுகளை புன்சிரிப்பில்
மெய்ப் சொல்லும் மனதில்
ஆயிரம் காரணங்கள்
வானவில் தேசத்தில்
வேகமாய் சுழல்கிறது!

என் வாழ்க்கை !
சிலிர்க்க துடிக்கிறது
என் மனமும்!!!
தனிமையில் கொஞ்சம்
தனித்திருந்த வீட்டினில் சற்றே
நிம்மதி பெருக அடைக்கலம் கொண்டேன் நான்!!!
கால்கள் செல்கிறது!!!

கானக சக்தி உள்ளே
களவுகள் சொன்ன
காவியமும் நானே!!!
ரணணங்கள்
தந்த சுவடுகள் மறந்தே!!!
நிம்மதி காண்கிறேன்!!!

இயற்கையின் பிடியிலே
ஜன்னல் வழியே
மழைத்துளி வாசம்!!!
காணக்கிடைக்காத
கார்மேக தேசம்!!!

உள்ளம் தாங்கிய காயங்கள் யாவும்
கைகளில் கொஞ்சம்
நீர் துளிகள் வழியே
கரைந்து போவதே
உண்மையில் உணர்ந்தேன்

ஓடும் வாழ்க்கையில் நிம்மதி ஏது???
வாழாமல்
பயத்தில் நிற்பதில்
பயன் தான் ஏது???
நினைவுகளின்
சிறையில் யாவரும் கைதியே!!!

மனதை கையாளும் வித்தையில்
வாழ்கிறது நம் இன்பமே!!!
உள்ளம் தெளிய
ஒரு நிமிடம் போதுமே!!!
மகிழ்ச்சிகள் சூழ தான்
நம் மனமது போதுமே!!!
வாழ்வின் எல்லைகளை
யாரறிவார் பூமியிலே!!!

வாழும் நிமிடங்களை
உண்மையாய்
வாழ்ந்திடுவோம் உள்ளத்திலே!!!
உணர்ந்த உண்மைகளில்
உறுதியாய் நில்
எண்ணங்களின் ஓட்டத்தில்
தனிமையை என்றும் துணையிங்கு!!!

28. தனிமை உலகமே!!!

நான் தேடும் தனிமை வரம்
எனைத்தேடும் தனிமை சாபம்.
நெடுந்தூர வாழ்க்கைப் பயணத்தில்
சின்ன தெளிவைத் தந்தது
என் தனிமை உலகம்!!!!

வெற்றியோ தோல்வியோ
எதையும் சமாளிக்கும்
மன உறுதியை தந்தது
என் தனிமை உலகம்!!!

வெளியில் சிரித்து
மனதுக்குள்
பழித்துப் பேசும் உலகத்தை
அடையாளம் காட்டியது
என் தனிமை உலகம்!!!

கூட்டத்தோடு கூட்டமாக
நானும் ஒருவனாக
சென்று கொண்டிருந்தேன்
அப்போது தான் தனிமை உலகம் என்னை வழிமறித்தது
இது அல்ல உன் பாதை
என தெளிவுபடுத்தியது
என் தனிமை உலகம்!!!

கருவறையில் இருந்த
அமைதியான சூழலையும்
மன உறுதியையும்
திரும்பவும் மீட்டுத் தந்தது
என் தனிமை உலகம்!!!

யாரிடமும் கைநீட்டி, வாய்மூடி
அடிமையாக வாழாதே!!!
எதுவாக இருந்தாலும் போராடு!!!
போட்டி போட்டுக் கொண்டே இரு!!!
இது உனக்கான உலகம்!!!

என உணர்த்தியது
என் தனிமை உலகம்!!!
ஆழமான பல சிந்தனைகளையும்
அழுத்தமான பல முடிவுகளையும்
எடுக்க
மன உறுதியை
வளர்த்தெடுத்தது
என் தனிமை உலகம்!!!

எல்லாம் மனிதர்களுக்கும்
தனிமையை படிக்கும்
வாய்ப்பு அமைந்துவிடாது!!!
இந்த உலகத்தை
உற்றுநோக்கும் அவருக்கு மட்டுமே!!!!
கிடைக்கும் இந்த தனிமை உலகம்!!!
அந்த வாய்ப்பு எனக்கு கிடைத்தது

என் தனிமை உலகில்!!!
போட்டிபோட
மனிதர்கள்
யாரும் இருக்க மாட்டார்கள்
என் வெற்றியை பறிக்க
யாரும் முயற்சிக்க மாட்டார்கள்
ஏனென்றால்???
என் வாழ்க்கைத் தரத்தை
யாரும் தொட முடியாத உயரத்தில்
என்னை பறக்க வைத்தது
என் தனிமை உலகம்!!!

சிறகுகள்

நீட் துக்கத்தை
என் வாழ்க்கை
அனுபவத்தை எல்லாம்
திரும்பவும் மறுசுழற்சி செய்து
என்னை சரியான பாதையில்
அழைத்து சென்றது
என் தனிமை உலகம்!!!

பார்க்கின்ற உலகம் யாவும்
மெய்யானவை அல்ல!!!
எல்லாம் பொய்யானவை என
உணர்த்தியது
என் தனிமை உலகம்!!!
தேடுவேன்

தேடிக்கொண்டே இருப்பேன்!!!
உன்னை முழுமைப்படுத்தி கொள்ளும் வரையில்
தேடுவேன்
என் தனிமை உலகில்!!!

29.முதுமையான தனிமையே!!!

இளமை அகன்றுவிட, முதுமை அணைத்துக்கொள்ள,
இயலாமையில் சோர்ந்துபோய் அசைபோடும் மனது!!
காலமதில் பயிர் செய்யாமல், காத்திருந்த கன்னிதனையும்,
கடைத்தெருவில் களைந்துவிட்டு கவனமில்லா
வாழ்வுதனை
கடமையாக வாழ்ந்தேனே!!

இளமைதனின் முறுக்கோடு, இயலாதது ஏதுமில்லை என்று,
அகங்காரம் அங்கமெல்லாம் ஆபரணமாய் சூடி கொண்டு
ஆனந்தமாய் இருந்தேனே!!

தனித்திருப்பது சுகம்!! இறைவன் தந்த வரம்!! என்றும்
பந்த பாசங்கள்லாம் சிறை!!
வழித்துணையாய் வாழ்க்கை முழுதும்..,
வருபவளும் துன்பம்..., என்று
காலமதை வீணே கழித்தேனே!!

வாக்குகளும், வாதங்களும் வசந்தகால பருவத்திலே..,
வசந்தத்தை வலுவிழக்க செய்தனவே!!
இன்று, வாதம் செய்ய கூட, நீ இல்லாமல்..,
வாய் மூடி கிடக்கின்றேனே!!
உடல் தளர்ந்து, உறுதுணையும் இல்லாமல் ..,
உற்றாரும், பெற்றோரும் இல்லாமல்..,
பலமெல்லாம், பலகீனமாய்..., மனமிடும் பணி..,அதனை,
உடல்கூட உதாசீன படுத்தும், உரமில்லா உடல்கொண்டு
உழலுகின்றேன் உள்ளினுள்ளே !!

காலமதை தவறவிட்டு..,
காலனுக்கு காத்திருக்கும் முதுமைதனில்!!
கனவிலும், நனவிலும் கடந்துவிட்ட காலம்தனை ,
வீழும் வரை வீழாது
வேகும்வரை நினைதிருப்பேனே!!

30.தனிமை ஒரு தவமே!!!!

தனிமை ஒரு வரம் !
தனிமை ஒரு சுகம் !
தனிமை ஒரு பலம் !
தனிமை ஒரு தவம் !
தனிமை ஒரு யாகம் !

தனிமை கிடைப்பது அரிது !
தனிமை கிடைப்பது அவசியம் !
தனிமை கிடைப்பது வரம்

தனிமை நிறைய வேண்டும் !
தனிமை நிறைய தரும் !
தனிமை நிறைய சொல்லும் !
தனிமை நிறைய பக்குவப்படுத்தும் !
தனிமை நிறைய யோசிக்கவைக்கும் !
தனிமை நிறைய கேள்விகள் கேட்கும் !

தனிமை நம்மை நம்மோடு சேர்க்கும் !
தனிமை நம்மை நம்மிடம் தரும் !
தனிமை நம்மை ஆராயச் செய்யும் !
தனிமை நம்மை உறுதியாக்கும் !

தனிமை மனதில் ஒரு மாறுதல் தரும் !
தனிமை நம் பேச்சில் நிதானம் தரும் !
தனிமை நம் மூளையைச் சலவை செய்யும் !
தனிமை நமக்கு ஒரு தைரியம் தரும் !

தனிமை ஒரு மௌனக் கவிதை !
தனிமை ஒரு அழகான தென்றல் !
தனிமை ஒரு மெல்லிய பூவின் வாசம் !

தனிமை குளிர் தரும் மேகம் !
தனிமை சுகமான மார்கழியின் பனி !
தனிமை இதமான கோடை மழை !

தனிமையில் இயற்கை நிறைய சொல்லும் !
தனிமையில் சிறு பொருளும் தத்துவம் பகரும் !
தனிமையில் தாய் மொழியின் அழகு தெரியும் !

தனிமை நம் தோழன் / தோழி !
தனிமை நம்முடைய அற்புத ஆசான் !

தனிமையில் இருளும் பகலாகும் !
தனிமையில் பகலும் இரவாகும் !
தனிமையில் மற்றவரின் அருமை புரியும் !
தனிமையில் நம் குற்றங்கள் தெரியும் !

தனிமை கண்டு கலங்காதே !
தாயின் கருவறையில் தனிமையில்
தானே நாம் இருந்தோம் !
குளியலறையில் தனிமையில்
தானே நாம் இருக்கின்றோம்
இது போல் பல தனிமை !
சில நேரங்களில் நாமே
தனிமையைத் தேடுகிறோம் !

சில சமயங்களில் தனிமையே
நம்மை நாடி வருகிறது !

எது எப்படியோ தனிமை நல்லதே !

ஆனால் சிலர் தனிமையைக்
கண்டு அஞ்சுகின்றனர் !

சிலர் தனிமையில்
பலவீனமாகுகின்றனர் !

சிறகுகள்

சிலர் தனிமையில் புலம்புகின்றார் !
சிலர் தனிமையில் அழுகின்றார் !
சிலர் தனிமையில் குழம்புகின்றார் !
அப்பொழுது நீயே தனிமை
எப்போது கிடைக்கும் என்று ஏங்குவாய் !

தனிமை உலகிடமிருந்து தான் !
தனிமை மனிதர்களிடமிருந்து தான் !
தனிமை ஓட்டத்திடமிருந்து தான் !

தனிமை நம்மை நாம ஜபத்திடமிருந்து
தனிமைப்படுத்தாது !

தனிமை நம்மை பக்தியிடமிருந்து
தனிமைப்படுத்தாது !
உனக்கு ஒரு நாள் புரியும் !

தனிமை விலை கொடுத்து
வாங்க முடியாத ஒரு பொக்கிஷம் !
தனிமை தானாய் கிடைக்கும்
ஒரு அரிய வாய்ப்பு !
நான் தேடின ஒரு தனிமை !
நான் ஏங்கின ஒரு தனிமை !
நான் காத்திருந்த ஒரு தனிமை !
நான் அனுபவித்துக் கொண்டிருக்கிறேன் !
தனிமையின் இனிமையை ரசிக்கிறேன் !

தனிமை என்னை மாற்றுகிறது !
தனிமை என்னை
மாற்றிக் கொண்டிருக்கிறது !
தனிமை என்னை மாற்றும் !
ஒரு புதியவனாய் நான் மாறுகிறேன் !
ஒரு புதியவனாய் புதியதாய் பிறக்கிறேன் !
ஒரு புதியவனாய் புதியதாய்
உலகைப் பார்க்கிறேன் !

தனிமை என்னை வார்த்தெடுக்கிறது !
தனிமை என்னை செதுக்கிறது !
தனிமை என்னை உற்சாகப்படுத்துகிறது !

தனிமை இனிமை !
இந்த தனிமைக்கு நன்றி !
என் தனிமையை மதிக்கும்
அனைவருக்கும் நன்றி !

என் தனிமையை கெடுக்காத
எல்லோருக்கும் மிக்க நன்றி !
எனது தனிமையே நீ வாழ்க !
எனது தனிமையே நீ வளர்க !
எனது தனிமையே என்றும்
என்னை விட்டு விடாதே !
தனிமையே நீயும் நானும்
உயிர் தோழர்கள் அல்லவா !
பல வருடம் கழித்து நீயும்
நானும் சேர்ந்திருக்கிறோம் !

பல வருஷ விஷயங்களைப்
பகிர்ந்துகொண்டேன் உன்னுடன் !

என்னை விட நீ தான்
மிகவும் சந்தோஷமாயிருப்பாய் !

என்னை நீ மட்டும்
அனுபவிக்க காத்திருந்தாயே !

வா . . . நிம்மதியாய் இருப்போம் !
சுகமாய் பொழுதைக் கழிப்போம் !

உலகை ரசிப்போம் !
நம்மை ரசிப்போம் !

சமுதாய சிறகுகள்

31.ஏழையின் வாழ்க்கை!!!

தங்கத்தில் மாளிகை இல்லை!!!
தங்கமும் இடமில்லை!!!
தெருவே தங்குமிடமாகிறது!!!
வறுமையில் பிறந்ததால்
கை நீட்ட வேண்டிய குழந்தைகள்!!!
இறைவா உன் படைப்பில்
ஏன் ?
இத்தனை கொடுமைகள்???
எரிவது விறகு அல்ல
எரிவது ஏழையின் வயிறு!!!
சமைத்தால் எரிகிறது விறகு!!!
சமைக்காதால்
எரிகிறது ஏழையின் வயிறு!!!

என்ன பாவம் செய்தார்கள்!!!
ஏழையாய் பிறந்ததை தவிர???
தெரியவில்லை சாப்பாடு
என்றுதான் நீங்கும் இப்பாடு???

ஒரு பக்கம் கோணிப்பை
மறுபக்கம் குழந்தைகள்
குப்பை மேடு கூட உயர்கிறது!!!!
ஏழை பாய்வது உயர்வது எப்போ???
பேனா பிடிக்கும்
கைகளிலே சுத்தியல்!!!!
வறுமையின் உச்சகட்டம்
குழந்தை தொழிலாளர்கள்!!!
பிஞ்சு மனசு உறங்க
பஞ்சுமெத்தை தேவை இல்லை
பஞ்சமில்லா வாழ்க்கை போதும்!!
பாவம் அதை கொடு!!!!
குப்பையாகவே பார்க்கிறோமே!!!!
குப்பை பொறுக்குவதாலோ!!!!
திறமை என்னும் புயலடித்தால்

வறுமை எல்லாம் பறந்துவிடுமே!!!
தலை கூட வாறவில்லை
வறுமை காலை வாறி விட்டதால்
இருந்தாலும் வாழ்கிறோம்
வாழ்க்கை மாறி விடாதா என்று!!!

32. கலைந்து போன சிசுவின் அழுகுரல்!!!

அம்மா......
புனிதமான கருவறையில் முளைத்த
முதல் சீசு நானென்ற
பெருமை எனக்குண்டு!!!
முளைத்து வளர்ந்தேன்
முழுசா மூன்று மாதங்கள்!!!
தாய் முகம் காண நான்
தவமிருந்த வேளையில்
நான்காம் மாதத்தில்
உதிரத்தில் வெளிப்பட்டு
வலியான வலியை
கொடுத்துவிட்டேன்!!!
பிரசவ வலி தந்து
தாய்மை என்னும் ஓவியத்தை
கலைத்த பாவி நானோ!!!

மாதவிடாய் வலியும் தந்து
உடலையும் உயிரையும்
மனதையும் நோகடித்த
பாவி தான் நானோ!!!!

தெரியவில்லையே அம்மா!!!!
உன் மார்பில் மூச்சு முட்ட
பால் குடித்து பசியை அடக்கும்
பொன்னான வாய்ப்பினையும்
தொலைத்து விட்டேனே அம்மா!!!

நான் அழும்போது
தொட்டிலில் போட்டு
நீ தாலாட்டும் பாக்கியமும்
இழந்துவிட்டேனே அம்மா!!!

இப்போதெல்லாம் நீ
அனுதினம் அழுகின்றாய்!!!
என்னை நினைத்தும்
தாய்மையின்மையை நினைத்தும்
உன் படுக்கை அறையிலே
உனக்கு பக்கத்திலேயே
ஆன்மாவாக உன்னையே
சுற்றி சுற்றி வருகின்றேன்!!!

கருவறையில் நானே முளைக்க
ஆசைப்பட்டு எந்நொடியும்
வேண்டுதல் செய்து நிற்கின்றேன் அம்மா!!!

இறைவா!! இறைவா!!
வரம் கொடு!!!
எனக்கும் என் அன்பு அம்மாவுக்கும்!!!

அம்மா !!அம்மா!!
இது கனவல்ல!!!
கனவின் வாயிலாய்
இது ஒரு நிஜம் அம்மா!!!

33.பெண்மையின் சிதைவுகள்!!!!

உலகப் பந்தின் மேல்
ஒற்றை அதிசயம்
உலக மக்கள் தொகையில்
ஐம்பது சதவிகித ஆச்சர்யம்
பூஜைக்கு கொண்டு செல்லும்
பூவைப்போல
போற்றப்பட வேண்டிய
பொக்கிஷம்!

இரவில் இறை தேடும்
இரண்டு கால் மிருகமே
உன் வேட்கை தணிக்க
சேர்க்கை நடத்த
பெண்கள் என்ன
சதைப் பொருளா?

வலிமை ஆணின் வரம்
அது காப்பதற்கன்றி
அழிப்பதற்கில்லை
பெண்மை பூவின் ரகம்
அது ரசிப்பதற்கன்றி
புசிப்பதற்கில்லை

கன்னி வாழ்வில்
வேண்டுமடா
கண்ணியமும் கொஞ்சம்
வேண்டுமடா

பெண்மையையும்
அவள் மென்மையையும்
மதிப்பவன் மட்டுமே
ஆண்மகன்

சிறகுகள்

இதை அறியாதவன்
எவனாயினும் அவன்
நாட்டுக்கும் வீட்டுக்கும்
வீண்மகன்

காமம் இல்லா காதல்
காதல் இல்லையாம்
காதல் இல்லா காமம் கூட
காமம் இல்லைதான்

அடுத்தவர் வேலியில்
அத்துமீறல் பாவமாம்
அடுத்தவர் மேனியில்
அத்துமீறல் என்னவாம்?

உன் திருமதியானாலும்
அனுமதி வேண்டும்
தொடுவதற்கு
மணமகன் நீயானாலும்
விலைமகன் தானடா
தெரியாதா அது உனக்கு?

பொறுப்பற்று அலையும்
உந்தன்
உறுப்பறுந்து போனாலும்
ஒரு பொழுதும்
உனக்காக
துடிக்காது என் இதயம்

குண்டுபட்டு உன் கரங்கள்
துண்டுபட்டு வீழ்ந்தாலும்
ஒரு துளியும் உனக்காக
வடிக்காது என் கண்கள்

ஆறறிவில்
ஒன்றிரண்டு மிச்சமிருந்தால்
அறிந்து கொள்
உன் இச்சைகளைத் தீர்ப்பதற்கு
பெண்ணின் கருவறை ஒன்றும்
கழிவறை அல்ல!

34.வறுமயே!!!

வறுமையின் நிறம்மிகக்
கொடூரமானது !!!
அது
வலிகளாலும் ஏக்கங்களாலும்
நிரம்பிக் கிடக்கிறது.

இளஞ்சிட்டுக்களின்
இளமையையும் இனிமையையும்
தட்டிப்பறித்துக்கொண்ட மிருகம்
தன்னைக் காலம் என்று
அறிமுகம் செய்துகொள்ளும்.

மீண்டும் உருவமறியா இரணங்களுக்குள்
நம்மைத் தள்ளிவிட்டு
நாம் துன்பத்தில் துடிதுடிக்க அது
கை கொட்டி இரசிக்கும்.

பசியில் குடல் வெந்து
சோரும் எம்மை தன்
வார்த்தைகளால்க் கொல்லத்துடிக்கும்.
தட்டோடு தெருவில் நின்றால் தன்
எள்ளல் நகையாலும்
ஏளனப்பார்வையாலும் கொன்று வீசும்.
நெருப்பில் போட்ட புளுவாய்
நாம் துடிப்பதையெல்லாம்
கண்விளித்துக் கண்டு இரசிக்கும்.
இடையிடையே
சில ஆர்த்மாத்த வார்த்தைகளும்
அன்புப்பார்வைகளும்
பாத்திருந்து குளிப்பறிக்கும்
அதிலிருந்து மீழமுடியாமல்த் தவிக்க
கைகொடுத்துக் காலைவாரும்.

பின் தலைசிதறி விழும் போது
தூரமாய் நின்று வேடிக்கைபார்க்கும்.
கேட்டால் ஆயிரம் காரணம் சொல்லி
அரைநொடியில்த் தப்பிவிடும்

மனிதனை மனிதன்
வேட்டையாடும் காலத்தில்
சபிக்கப்டட்ட ஏழைகளாய்
தெருவில் பிணமாக முன்பு
கொடூர வார்த்தைகளால்
வலிக்கக் கொல்லும்
வறுமையின் நிறம் மிகக்
கொடூரமானது!!!!!

35.கண்ணாடி பாடங்கள்!!!

இறைவன் படைப்புகள்
எல்லாமே முன்னோடி...!
அவ்வழி வந்ததோ
முகம் காட்டும் கண்ணாடி...!

அகத்தின் அழகினை
முகமே பிரதிபலிக்கும்...!
புறத்தின் அழகினை
கண்ணாடி பிம்பமாக்கும்..!

கனவுகள் மெய்த்துவிட்டால்
களிப்புறும் முகம் காட்டும்...!
கவலைகள் மொய்த்துவிட்டால்
கலங்கிய முகம் காட்டும்...!

உள்ளதை உள்ளபடி
காட்டுமே கண்ணாடி...!
உலகுக்கு சொல்கிறது
பாடங்கள் மூன்று வழி...!

முதல் பாடம்...

முகத்தில் ஒட்டியதோ
அழுக்கும் கறையும்..
கூட்டாது குறையாது
காட்டும் கண்ணாடி...!

நட்பிலும் உறவிலும்
குறை காண நேர்ந்திடின்,
மிகையிட்டு கூறாமல்
அளவிட்டு காட்டென்று
சொல்லிடும் முதற்பாடம்...!

இரண்டாம் பாடம்...

முன்னே நீ நின்றால்
உன்குறை சொல்லிவிடும்...!
உனை நீ அகற்றவும்
கண்ணாடி மௌனமாகும்...!

பிறர் குறை சொல்வதெனில்
அவர் அங்கு வேண்டும்...!
பின்னின்று சொல்லாது
முன்னின்று பேசு என்று
சொல்வது இரண்டாம் பாடம்..!

மூன்றாம் பாடம்...

குறைகள் அறிவதனால்
வழிகள் பிறந்துவிடும்...!
திருந்திடும் தருணமதை
கண்ணாடி தந்து விடும்...!

தன்குறை சொல்வோரை
எரிச்சல் கொள்ளாதே...!
தன்னிலை உணர்ந்து
நன்றி உரைத்திடென்று
சொல்வது மூன்றாம் பாடம்...!

நித்தம் பார்த்திடும் கண்ணாடி
கற்றுத் தந்திடும் வாழ்வின்நெறி..!
நாளும் நடந்திடு அதன்படி
வாழ்வு காட்டிடும் வெற்றிப்படி....!

36. மெழுகுவர்த்தி!!!

மின்சாரம் இருந்த இரவுகளில்
மனம் பற்றிக்கொள்கிறது
மெழுகுவர்த்தியின் மீது
மொழிகள் செயலிழந்த
இரவை மாற்ற
தீப்பிடித்த எழுதுகோல் ஒன்று!!!

திருத்தி எழுதிய தான் வெளிச்சம்!!!
அடர்ந்த இரவுக்கு
இந்த அணையாத மெழுகுவர்த்தி!!!
தத்துவங்களை எழுத்துக்களாக
ஒரு நிசப்த இரவும், மெழுகுவர்த்தியும் போதுமானதே!!!

ஆஹா!!!
தீயின் கண்களிலும் நீர் வடிகிறதே!!!!
ஒரு ரூபாய் கொடுத்து வாங்கிய ஒருவனும்
உணர்ந்திடாத
உண்மை இதுவோ!!!!

வழிவதில் அழகு விழியில்
பின்பு மெழுகுவர்த்தியில்
நெருப்புக்கும்
வலியுண்டு என்பதை
நிரூபணம் செய்யும் தருணங்கள் மெல்லிய இரவுகள்!!!

எரியும் மெழுகுவர்த்தியில் மெல்ல உணர்வாய் நீ!!!
மரணத்தின் படிநிலையை!!!
இங்கு வெளிச்சம் கொள்ளை போடுகிறதே!!!

ஆஹா!!!
எரிதல் சொல்லும் புரிதல்
எவ்வளவு அழகானது!!!!
சத்தமின்றி அழும் விதவையின் அழுகையை போல்
வழிகிறது மௌனமாய்!!! கொஞ்சம் கொஞ்சமாய் உயிர்
கரைகிறதே!!!
இங்கே ஒரு நோயாளிக்கு!!!!

மின்சார விளக்குகளால் மறைக்கப்பட்ட
வாழ்வியலை விளக்கும் மெழுகுவர்த்தியின்
மொழி கூட மௌனம் தான்!!!!
குளிர் பனி கொல்லும் இரவில்
தீயை வளர்க்கிறாள்
இந்த வெள்ளை தேவதை
மேகம் பற்றிகொண்ட உடலில்
வெப்பத்தின் வியர்வை!!!
வேர் பிடித்த ஒற்றை செடியில்
வளர்ந்த நெருப்புப் பூ!!!

வேரையும் மண்ணையும் வேட்டையாடுகிறதே!!!
இந்த வெளிச்சம் செய்த கொலைக்கு இரவே சாட்சி!!!
மனிதா!!!
கரைதலின் சுகத்தை மிக அருகினில் நீ உணர!!!
உன் இரவுகளில் ஏற்று ஒற்றை மெழுகுவர்த்தி!!!!

37.கடல்பயணம்!!!

தினம் தினம் கடல் பயணம்!!!
திரவியம் தேட அல்ல!!
அலைகடலில் அவன் அலைவது அவன் வீட்டு அடுப்பு எரிய!!!
மீனவன்
அவனுக்கு தேவை கடல்மீன்!!!
விண் மீனைப் பிடிக்க பறக்கவில்லை அவன்!!!

கடல் மீனை அவன் தேடிப்பிடிக்கையில்
அவனை
துரத்தி மிரட்டி விரட்டி ஒரு கூட்டம்
இல்லை
இது உன் எல்லை இல்லை என்று!!!
தினம் தினம்
அவனுக்குத் தொல்லை!!!

பிழைப்புத் தேடி
கடல் நாடி ஓடும் அவன்!!!!
தினம் தினம் செத்துப் பிழைக்கிறேனே!!!
என்று தீரும் அவன் அவலம்???
கடல் பயணம் அவனுக்கு ஒரு சொகுசு சுற்றுலா அல்ல!!!!
அவன் வாழ்க்கையின் பயணமே அந்த கடல் அலையோடு தான்!!!

மண்ணை நம்பும் விவசாயி!!!
கடலின் நம்பும் மீனவன்!!!
இந்த இருவருக்கும் பிறக்கும் ஒரு விடிவு காலம் விரைவில்!!!
ஒருவேளை உணவுக்காக!!
ஓர் ஆயிரம் தடவைகள்
செத்து பிழைக்கிறானே!!!
படகில் ஏறிய ஒவ்வொரு மீனவனும்
ஆழமான கடலுக்குள்ளே பயணம் !!!

புயலடிக்கும் நேரங்களிலும்
அவன் பிழைப்புகாக
கடலின் உள்ளே!!!!
ஒரு ஜாண் வயிற்றுக்காக
வைக்கிறான் வாழ்க்கையை!!

நீண்ட நீலக்கடல் சென்றவனும்!!!
கரை திரும்பாமல் போனால்
காத்துக்கிடக்கிறது வீட்டிலேயே
கருப்பு கண்ணீர் அஞ்சலி!!!!
அலைகளோடு
சேர்ந்து ஆட்டம் போடுவது
செலுத்தும் படகு மட்டுமல்ல!!!
இவளது வாழ்க்கையும் தான்!!!
உணவுக்காய் மீன் தேடப்
போகின்ற இவனும்!!!

ஒருநாள் இறையாகி போகிறான் அந்த மீனுக்கே!!
கடல் நீர் எல்லாம் உப்பாக இருப்பதால் என்னவோ!!!
இவனின் கண்ணீரின் விலையை
கடல் அன்னைக்கு தெரியாமலே போய்விட்டதே!!!!

38. தேடல்கள் முடிவதில்லை!!!

கனவுகள் சிறிது அல்ல!!
கடந்து வந்த பாதைகளும் எளிதானதல்ல!!!
தேடத் துணிந்து செல்கிறேன்!!!
கனவுகளையும் நிஜமாக மாற்றும் விடைகளை நோக்கி!!!
தேடல்களும் ஒன்றும் புதிதல்ல!!!!

கருவறை விடுத்து
பூமித்தாயின் மடியில் விழுந்த நொடி தொடங்கிய தேடல் இது!!!!
வாழ்வில் சின்னஞ்சிறு தேடல்களில்!!!
என்னை நான் உணர
ஓடிய தேடல்களும் அதிகம்!!!

தேடல்களுக்கு எல்லை இல்லை என்பார் போல்
நீண்டு கொண்டே செல்கிறது என் தேடல்!!!!

வாழ்க்கை என்னும் தண்ணீரில்
தத்தளிக்க விரும்பும் எறும்புஅல்ல என் தேடல்!!!
இலையைபடமாக்கி பயணம் செய்ய விரும்பும் தேடல் அது!!!
தனி மனிதன் உலகை ஆள நினைக்கும் தேடல் இல்லை இது!!!

உலகம் தனிமையில் இல்லை என உணர்த்த நினைக்கும் தேடல் இது!!!
என் தேடல்கள் முடிவதில்லை.....
தேடல்கள் முடிந்துவிட்டால்....
வாழ்வதற்கு வழிகள் இல்லை!!!!!
தேடி செல்வோம் நம் விடைகளை!!!!
விடியலைத் தேடும் மலராக....
அன்பால் ஆக்கம் கொள்வோம்!!!!
அன்பின் உருவாய் உருமாற்றம் எடுப்போம்!!!!
விடைபெறும் நாள் வரை தொடரட்டும் நம் தேடல்கள்!!!!

39.கண்ணீரின் அழகே!!!!

வார்த்தையில்லா மௌனங்களில்
வார்க்கப்படும் வெற்றுப்புன்னகை!!!
உதடுகளில் ஒட்டாமல்!!!
உதிரும் தருணங்களில்!!!
மறைந்து நிற்கும்!!
மரணத்தின் எல்லை!!
இதுவென காட்டிய
இதயத்தின் வலி!!

ஆழி கண்ட ஆழம் கூட
ஆழ்மனதினை விடக் குறைவு என்றே
ஆறாம் அறிவு நம்பிவிடும்!!
மறக்கத் துடிக்கும் வேதனை
மறைக்க!!!

மனதோடு மண்டியிட்டு
கண்ணோடு கரிக்கும்
கண்ணீரையும் கட்டுப்படுத்தகையில்!!!
சுற்றியிருக்கும் உலகத்தில்
சுதந்திரமற்ற பறவையாய்
நான் மட்டும் தனிமையுடன்!!!!

உடைத்து ஆள வேண்டிய
உணர்ச்சி கூட
உள்ளத்தினுள்ளே சிறைப்படுக்கையில்
சின்ன ஆறுதலாய் நித்திரைக்கான்
நீண்ட காத்திருப்பில்
தலையணை நனைக்கும்
அழகின் சிற்பி கண்ணீர்

40.என் அன்பு கொரோனாவே!!!!

பறந்து வந்தாயோ?
மிதந்து வந்தாயோ?
மகுடம் அணிந்த
கலியுக அரக்கனாய்
காட்சி தருகின்றாய்....

நீ பார்வை பதித்த
நாடெல்லாம்
சாம்பல் மேடுகள்...
வீதியில் உலாவும் உன்னால் வீட்டில் முடங்கினோம்
நாங்கள்!

மனித தெய்வங்களாய் மருத்துவத் துறையினர்!
தொழும் தெய்வங்களாய் துப்புரவு தொழிலாளர்கள்!

தெருவிலே தேடி நீயும் தொலைந்து போவாய்
விரைவினிலே...
உன்னால்பட்டது அதிகமெனினும் .....
பெற்றதும் உண்டு சில பாடங்கள்...

சேகரிக்கும் நாள்தனிலே, சேமிப்பும் அவசியமே!
பணம் இருந்தாலும்
பலமற்றுப் போகும் சமயங்களிலே!
ஆணவம் அதிகாரம் அனைத்தும் ஆளரவமற்று
அடங்கிடுமே!
ஆறடி நிலம் கிடைப்பதும் அரிதாகிவிடும் சமயத்திலே!

உணர்ந்து கொண்டோம்! உளம் தெளிந்தோம்!
உடலால் தனித்திருப்போம்
உணர்வால் ஒன்றிடுவோம்!!!

எதிர்கால சிறகுகள்

41. தோல்விகளைஉனக்கில்லையே!!

மூலையில் முடங்காதே!!!
தோல்வியைக் கண்டு துவளாதே!!!
நீ தோல்வியை தொடவில்லை!!!
காலத்திற்கு வெற்றி வாய்ப்பை தவற விட்டிருக்கிறாய்!!!
எழுநூறு முறையேனும் உழிதாங்கித்தான்
கடவுளை மாலையோடு கருவறையில் இருக்கிறார்!!!

ஒருமுறையேனும் தோல்வியின்
வலி தாங்காமல் நீ ஏன் வெற்றிமலை சுமக்க
நினைக்கிறாய்!!!
மண்ணில் விழும் விதைகள்
எல்லாம் உறக்கம் கொள்வதில்லை!!!
விருட்சமாய் முளை விட
விதையுறை கிழிக்கின்றது!!!

புரிந்து கொள் மனமே!!!
வெற்றி சிகரத்திற்கு ஏற வழி
தோல்வி தரும் படிக்கட்டுகள் தான்!!!
மலர்கள் உதிர்வதால் மரங்கள் வாடுவதில்லை!!!
நீ மட்டும் ஏன் வெற்றியை இழந்தால் வாடுகிறாய்???

பாறைகள் பாதை மறைப்பதால்
நதிகள் நிற்பதில்லை!!!
நீ ஏன் தடைகளைக் கண்டு தயங்குகிறாய்!!!
வண்ணத்துப்பூச்சியும்
கூட்டுப்புழுவும் தான்
காலம் வரும் வரை....
பட்டமும் காகிதமும் தான் வானில் பறக்கும் வரை...

சிகரத்தை அடையும் முன் சிறு பாறைகளை கடக்க
வேண்டுமே....
அதற்காக நீ முயற்சி எடு!!!

சிறந்த வெற்றிகள் எல்லாம்
சில நாள் உழைப்பில் கிடைப்பதில்லை நண்பா!!!

அதற்காக நீ பயிற்சி எடு!!!
உழு நிலத்தில் உயர வளரும் மரங்களை விடவும்
உறுதியான பாறைகளில்
முளைவிடும் சிறு செடிகளுக்கே
சிறப்பு அதிகம்....

மறந்துவிடாதே...
தோல்வி ஒன்றுதான் வெற்றிக்கான ரகசியத்தை நமக்கு
கற்பிக்கும் ஆசிரியர்!!!
வெற்றி இழந்தோம் என இனியும் வருந்தாதே!!!!

வெற்றி மலரை கனியாகும் வித்தை நீ அறிந்து
கொண்டாய்!!!
நன்மை தரும் என நம்பி
உன் நினைச்சு பாதையில் நீ நட....
உனக்கென்ன பாதை இல்லையெனில்
அது நீயே உருவாக்கு!!!!
முடிவெடு!!!
முயற்சி எடு!!!
தடையேதும் வந்தால்
விடை கண்டு வென்றிடு!!!@

சிலை செதுக்கும் வரை சிற்பிக்கு ஓய்வில்லை!!!!
கடலில் கலக்கும் வரை காட்டாறுக்கு ஓய்வில்லை!!!!
முயற்சி தொடரும் வரை உனக்கு அறிவு இல்லை!!!
உன் மேல் வீசப்படும்
அம்புகள் கொண்டே
கோட்டை கட்டு!!!
உன்னை தடுக்கும் தடைகளை எல்லாம் படிகள் ஆக்கு!!!!
உழைப்பின் நூலில் முயற்சி கோர்த்து வெற்றிக் கொடி
ஏற்றி.....

42.நொடிகளை இழக்கிறோம்!!!!

புத்தகம் தொட்ட கைகள் எங்கே??
எதிர் வீட்டில் இருந்த
திண்ணை எங்கே???
எட்டிப் பறித்த மாதுளை எங்கே??÷
கால்களில் ஓடி ஆடிய
நம் நொடிகள் எங்கே???

வேண்டியே தொலைக்கிறோம் வேண்டியவற்றை!!!
ஒரு ஜான் திரையில் உலகம் வந்ததா!!!!
இல்லை உலகுக்கும் நமக்கும் இடைவெளி வந்ததா!!!!
அம்மா பாடிய தாலாட்டே
இன்று கைப்பேசி பாடுதே!!!

அப்பாவிடம் கேட்ட கேள்விகளை நாம் இன்று
இணையதளத்தில் கேட்கிறோமே!!!
முகம் தெரியாதவரோடு முகநூலில் பேசறோம்!!!
முகம் அறிந்தவர் முகத்தினை பார்க்க மறுக்கிறோம்!!!
நம் முகங்கள் சிரிக்கும் தருணங்கள்...

நாம் போட்டோ எடுக்கும் போது
மட்டுமாய் சுருங்கியது ஏன்???
வீடு தேடி வந்த சொந்தங்களும்
இன்று கைப்பேசியில் நலம் விசாரிக்கிறதே!!!

நண்பனிடம் சொன்னதும் மறைந்த சோகங்கள்
இன்று சுற்றி தெரியுதே ரயில் வண்டிகள்
ஆக கைப்பேசியில்!!!
கண்களுக்கு தினமும் தண்டனை கொடுக்கிறோமே!!!!
தூங்காது திரையில் நிகழும் நிகழ்வால்!!'
உணவு உடை முதல் போகும் இடம் வரை....

அனைத்திலும் எதிர்பார்க்கிறோம் இணையதளத்தை.....
நிஜம் மறந்து நிழலை ரசிக்கிறோம்....
அடுத்தவர் வாழ்வினை எட்டிப் பார்க்கிறோம்..!!!
வராதது வரும் எனத் தேடிக் தோற்கிறோம்!!!

காலங்களின் மாறுமா!!!
நிகழ்காலத்தில் மாறுமா!!!!
சவாலாக வாழ்வோமே ஒருநாள்!!!
திரை இல்லாத வாழ்க்கையாக அந்த ஒரு நாள்!!!!

43. வெற்றி உன் வசம்!!!!

விடியாத பொழுதும் இல்லை!!!!
முடியாத செயலும் இல்லை!!!!
நம்பிக்கை உடையவனுக்கு
தோல்வி ஒரு தொடக்கம்!!!!
நம்பிக்கை இல்லாதவனுக்கு தோல்வி ஒரு முடக்கம்!!!!

விழுந்தால் தான் எழ முடியும்!!!!!
தோற்றால் தான் வெல்ல முடியும்!!!!
வெற்றி வந்தால் பெற்றுக்கொள்!!!!
தோல்வி வந்தால் கற்றுக் கொள்!!!!

தோல்வியே வெற்றிக்கு முதல் படி!!!
துவளாமல் அதை நீ பிடி!!!
இன்றைய தோல்வி
நாளைய வெற்றி!!!!
முயற்சி இருக்கும் வரைதான் முன்னேற்றமும்
உனக்குள் இருக்கும்!!!!

வாழ்க்கை என்னும் கடலில்
தோல்வி என்ற அலைகள்
துரத்திக் கொண்டுதான் இருக்கும்
தவித்திடும் கரையை கடக்க
தோல்வியென்னும் அலையை
முயற்சி என்னும்
ஆயுதத்தால் தான்
வெல்ல முடியும்!!!

கழிந்த காலத்தில்
கற்றதை வைத்து
நிகழ் காலத்தில்
தினமும் உழைத்தால்
எதிர்காலத்தை இனிமையாக மாற்ற முடியும்!!!!

முடியுமென எண்ணினாலே
பாதி முடிந்தது போல்!!!
முயற்சி செய் !!!
முக்காலமும் பயிற்சி செய்!!!
வெற்றி உனக்கே!!!

44. வாழ்க்கை திரும்பி வருமா????

முடிந்தவை எல்லாம்..
வாழ்க்கைக் குறிப்பில்
சரித்திரம் ஆகுமே!!!!
கல்வெட்டுகள் போல....
கடந்தவை எல்லாம்
நினைவுகளாக....
இதயப் பதிவேட்டில் அடங்குமே.....

இசைத்தட்டு போலே...
மறையாது...
அழியாது....
பதிந்துவிட்ட நினைவலைகள்...
ஏதாவது ஒரு நொடிநாள் லேசாக.....
இறக்கை விரித்து
விட்டுப்போகும் சிந்தனையிலே.....
சில நேரம் சிரிக்க தோன்றும்....
சிலநேரம் அழுதிட தோனறும்
அந்தப் பருவ கால நினைவுகள் நம்மை சசிரிக்க
சொல்லிக்கொண்டே...
இருக்கும் என்றும்......
பேச?யின் பொருள் புரியாது..
ஆடிய ஆட்டத்தின்
முடிவு தெரியாது......
கண்ட காட்சிகளின்
சாட்சி தெரியாது....
இந்த உணரா பருவம்
இல்லை என்றால்...
மனித வாழ்க்கை நிறையாது....

ஏன் வந்தோம்????
எதற்காக வந்தோம்????
எந்த வினாவையும்
விதைக்காத பதிலையும் புதைக்காத பருவம்....

ஒரு வித்தியாசமான
விளையாட்டு மைதானம்....
கள்ளமில்லா வெள்ளை மனம்...
கபடம் இல்லா பிள்ளை மனம்.....
எங்கு வாங்கினோம்.?????

குழந்தைப் பருவம் என்பது
மகிழ்ச்சி மொட்டுக்கள் மட்டுமே
பூக்கும் பூங்காவனம்..
கவலைகள் இல்லை... கலக்கமில்லை.....
கானம் அறிந்த
கண்ணீருக்கு அவசியமில்லை....
எதிர்பார்ப்புகள் இல்லை...
எதிரே நிற்பது
எதுவும் எதிரிகள் இல்லை.....
பறந்தாடிய பருவம்....
பருவக்காற்றின் சூழ்ச்சியால்.... பறந்தோடிய மாயம்....
நெஞ்சை விட்டு மறந்துவிடுமோ .....
இதுதான் வாழ்க்கை...
இதுதான் சொர்க்கம்...

அந்த வாழ்வு
மீண்டும் திரும்பி வருமா......
காலம் தான் எனக்கு
அந்த
பழைய வாழ்க்கையை
திருப்பி தருமா?????

45.தன்னம்பிக்கை!!!

மண்ணிலே வீழ்ந்தாலும்!
மனச்சோர்வு கொள்ளாதே
நன்மரமாய் விழி மலர்ந்தே
நற்பலன்கள்தாம் தருவாய்!
-
கடும் பாலையில் புதைந்தாலும்
சோகம் கொண்டு விடாதே – சுடர்
சோலையென நீ மலர்ந்தே
சுகம் ஈந்து மகிழ்ந்திருப்பாய்
-
நதியதனில் மூழ்கிடினும்
நாதியற்றுப் போய்விடினும் – ஆங்கே
நாணலாய் முளைத்தெழுவாய் உன்
இருப்பதனை உணர்த்திடுவாய்
-
நடுக்கடலில் வீழ்ந்தாலும்
மீளும் வழி இழந்தாலும்
நன்முத்தாய் விளைந்திடுவாய்
புவி சேர்ந்து புகழ் கொள்வாய்-

நெருப்பிலிட்டு எரித்தாலும்
நீறு பூத்து மறைத்தாலும்
சக்கரவாகப் பறவையாய் நின்
சாம்பலினின்றே உயிர்த்தெழுவாய்
கடும் உண்மைகள் முரசுகொட்ட
சூறாவளியாய் புறப்படுவாய்

46.அன்றும் இன்றும்!!!

பெண் அன்றும் இன்றும்
கண்ணீரோடு காலத்தைக் கழித்தாள் பெண் அன்று !
கணினியோடு காவியம் படைக்கிறாள் இன்று !

பிறந்த வீட்டிற்கும் புகுந்த வீட்டிற்குமாய்
அலைக்கழிக்கப்பட்ட ஊஞ்சல் -பெண் அன்று !
இல்லத்திற்கும் அலுவலகத்திற்குமாய் அலைபாய்ந்து
வாழ்வைப் பலப்படுத்தும் அஸ்திவாரம் -பெண் இன்று !

சிவாஜிக்கு ஜீஜாபாய் ; காந்திக்கு கஸ்தூரிபாய் ;
இன்றோ உதாரணத்திற்கு ஒன்றல்ல !இரண்டல்ல !
பல்லாயிரம் பெண்கள் பாதகங்களைச் சாதகமாக்கி
உலக வரலாற்றில் உலா !

விளையாட்டோடு விண்வெளி ; அறிவியலோடு ஆன்மீகம் ;

கவியரங்கோடு கருத்தரங்கம் ; கல்வித் துறையுடன்
காவல்துறையென
தரணி எங்கும் பெண்ணின் தடம்பதிப்பு
எனும் உண்மைக்கு இல்லை என்றும் மறுப்பு !

விட்டுக் கொடுப்பதும் தட்டிக் கொடுப்பதும்
பெண்மைக்கே உரிய
நளினங்கள் தான்!
மெல்லினத்தோடு வல்லினத்தையும் இணைத்துப் பார்!
பெண்ணே !உன் இளம்கரங்கள் இரும்புக் கரங்களாகட்டும்!

கேள்விக் குறியிலிருந்து பெண்ணினம் விலகட்டும் !
ஆச்சிரியக் குறியாய் ! மாறி அகிலத்தையே இனி ஆளட்டும்
!

47.இளமை இதோ இதோ !!!!

இது ஒரு வயது
இளமை அது இனிது
கடந்தவை பற்றிய
கவனம் இன்றி
வரவிருப்பவை பற்றிய
வருத்தமோ வாட்டமோ
இன்றி
இன்றைய பொழுது
இனிப்பாய் கழிந்தால்
இதுதான் வாழ்க்கை
இதுதான் சொர்க்கம்
என்றே நினைக்கும்-
இது ஒரு வயது
இங்கு
இளமை வெகு இனிது.

காதல் தவறென்றால்
ஏற்காது மனசு.
களிப்புகள் தவறென்றால்
இசையாத இளசு.
கலாச்சாரம் கலைப்பது
இல்லைதான் நோக்கம்.
காண்பவர் பார்வை
வேறுபடுவதும் சோகம்.
விளிம்புகள் எதுவரை
என்பதில் விவரம்
இருக்குமாயின்
வீழாது வாழலாம்.
உமை
நோக்கி நீளுகின்ற
விரல்களை வெகு
எளிதாக மடக்கலாம்.

நாளையை உமதாக்கிட
ஒருமுறை உமைச்சுற்றி-
ஒரேயொரு முறை
உமைச் சுற்றி-
உற்று நீவிர் நோக்கலாம்.
நோகாமல் நுங்கு உண்ணும்
குருட்டு அதிர்ஷ்டக் குதிரையிலே
பயணிக்க விரும்பாது
போட்டிகள் சூழ்ந்த இவ்வுலகில்
போராடி ஜெயித்திடத்தான்
ஓடுகிறார் ஓட்டமாய் உம்
வயதொத்த வாலிபர் பலரும்
கூட்டம் கூட்டமாய்.
'மாரத்தான்' ஓட்டமதில்
சேர்ந்திடத்தான் வேண்டுமெனில்
மாறத்தான் வேண்டும் சற்று.

உம்மோடு வளர்ந்தவரும்
உம்மோடு படித்தவரும்
ஆடிப் பாடியவரும்
நட்போடு நடந்தவரும்
நகைத்து மகிழ்ந்திருந்தவரும்-
நாளை ஒரு நாளில்
விண்ணினையே வளைத்து
வெண்ணிலவைப் பிடித்து
வெற்றிக் கோப்பையாகக்
கையில் ஏந்தி நிற்க-
நட்சத்திரங்களைப் பறித்து
நெஞ்சருகே பதக்கங்களாய்
பதித்திருக்க-
நீங்கள் அண்ணாந்து மட்டுமே
பார்த்திருக்கப் பிறந்தவராய்
ஆகிடலாமா?
அவர் அருகே போயிடவே
அஞ்சும் நிலைக்கு
ஆளாகிடலாமா?

விழித்திடலாம் இப்போதே
பயணிக்க வேண்டிய
பாதை நெடுக
முட்களாய் இருந்தாலும்
முயற்சி கை கொடுக்கும்.
எடுத்திடலாம் இப்போதே
இதுதான் என் இலக்கென
இதயத்தில் ஒரு உறுதி-
எந்த ஒரு
இருளிலும் வழி மட்டும்
தெரிந்திடும்
தெள்ளத் தெளிவாக-
இதுவே வயது
இளமை வயது

48.வெற்றியின் ரகசியம்!!!!!!

நண்பனே...!
மே மாத சூரியனை பிடிக்காது;
ஆனால் பனிகாலத்தில் அச்சூரியனையே
உடையாக்கி கொள்வாய்..... ஏனோ...?

கம்பளிப்பூச்சியை படிக்காது;
ஆனால் வண்ணத்துப்பூச்சியை பிடிக்கும்....ஏனோ...?

இரண்டுமே ஒன்றுதான்
அவைகள் காலத்தின் கோலங்கள்
என்பதனை உணர்ந்து கொள்...!.

காலத்திற்கேற்ப உனை மாற்றிக்கொள்!
ஆனால் கொள்கையை மாற்றிக்கொள்ளதே!
உடையை மாற்றிக்கொள்!
உள்ளத்தை மாற்றிக்கொள்ளதே!

துன்பம் மனதை வலிமையாக்கும்
எதிர் நீச்சல் போட்டால் தான்.....

அண்டத்தை ஆளும் சூரியனே
இரவில் தோல்வியுறும் பொது
படைக்கப்பட்ட சிறு உயிரல்லவா நாம்...?

தோல்வியை கண்டு துவண்டுவிடதே!
அதனை தொட்டுக்கொள்!
அடுத்த தோல்வி உனை நெருங்காது....

மாடிக்கு செல்லவேண்டுமென்றால்
படிகளில் ஏறிதான் ஆகவேண்டும்.
முயற்சியோடு உழைத்துப்பார்!
மாடிக்கு செல்லலாம்
இயந்திரத்தை எதிர்பார்க்காதே! – அது
அதிஷ்டத்தின் வாயிற்கதவு.....

சிறகுகள்

நல்ல நண்பனுக்கு உயிரையே கொடு!
ஆனால் உயிரை கொடுக்கும்
அளவுக்கு நண்பன் கிடைக்கமாட்டான்.
நீயே உனக்கு நல்ல நண்பனாக்கிக்கொள்!

தனிமையை விரும்பு!
தவறுகள் தானாகவே தெரியும்.
திருத்திக்கொள்!
இல்லையெனில் மாற்றிவிடு.
செய் அல்லது செத்து மடிந்து விடாதே!
மீண்டும் செய்..
மீண்டும் மீண்டும் செய்...
தவறுகளை திருத்திக்கொண்டு மீண்டும் செய்....
களைபடையாதே ஒருநாள் வெற்றி பெருவாய்!

அன்பாக பேசு! – ஆனால்
அடிமையாகி விடாதே!
கோபத்தை காட்டு! – ஆனால்
கொடூரன் னாகிவிடாதே!
கோபம்தான் தன்மானத்தின் வெளிப்பாடு
என்பதனை மறந்துவிடாதே! – ஆனால்
கோபமே உனை கொன்றுவிடும்
என்பதனையும் மறந்திவிடாதே!

வழிந்து வரும் நீரை தடுக்கலாம்
ஆனால் காட்டாற்று வெள்ளம் ?
உழைப்பை நண்பனாக்கி உழைத்துப்பார்!
அதனையும் தடுக்கலாம் கரிகாலனை போல்...

இரவும் இருந்தால் பகலும் உண்டு
இனிப்பும் இருந்தால் கசப்பும் உண்டு
இன்பமும் இருந்தால் துன்பமும் உண்டு
உழைப்பும் இருந்தால் பலனும் உண்டு

உன்னுள் ஆயிரமாயிரம் திறமைகள்
மறைந்துகிடக்கும் – அதனை
தேடி தோண்டிப்பார்!

அறியாததை செய்வதை விட
அறிந்ததை சிறப்பாகச் செய்!
செயலை செய்வதென்றால் உலகில்
உன்னை விட சிறப்பாக
செய்யமுடியாத அளவுக்கு
சிறப்பாக செய்ய முயற்சி செய்!

இன்று நினைத்தை இன்றே செய்துவிடு!
நாளை என்று நாட்களை கடத்திவிடாதே
நாளை வேறொருவன் சிறப்பாக செய்துவிடுவான்.
முடிந்தால் நாளை செய்ய வேண்டியதை
இன்றே செய்து முடித்து விட்டால்
வெற்றியின் தூரம் குறையும் அல்லவா...?

49.பயணங்கள் முடிவதில்லை !!!!!

பாதைகள் மாறினாலும்
இலக்குகள் மாறாமல் மறுமுறை விரிக்கிறேன் என்
சிறகுகளை
கிழிந்த காகிதம் காற்றில் பறப்பது போல்
திசை தொலைத்த புது பாதை ஒன்றில். .

தீராத ஆர்வம் கொண்ட வழி அதனில்
தேவைகள் இல்லை,தேடல்கள் இல்லை
தொலைவுகள் அளந்திடும் அவசியம் இல்லை
சொந்தமும் இல்லை
முன் வாழ்ந்தது
சொர்க்கமும் இல்லை..

என் கனவே என் பாதை
என் கண்ணில் என் பார்வை..
வீட்டின் பூட்டுகள் உடைக்கப்பட்ட இன்றே விரைகிறேன்
விரித்த சிறகுகளே என் விலை இல்லா அற்புதமென்று. .

இதுவே நல்ல தொடக்கம் இறுதியை நோக்கி
இனியும் தாமதித்தால் இழந்திடுவேன் என் இறகுகளை
புத்தகத்தில் மறைக்கப்பட்ட கவிதைகள் பல
புதிதாய் பிறக்கட்டும் பளிச்சிடும் பக்கங்களில்

பிறர் பார்வையில் பழிசொன்னால்
பிழையென்று கருத வேண்டாம்
தவறென்றால் திருத்திடுவோம்
சரிபார்த்தல் நம் தொழிலே

சிறை உடைத்து சிலிர்த்து விரிக்கும்
சிறகுகள் சிறிதெனினும் வளரட்டும் சிந்தனைகள்..
சிந்தனைகள் சிதைந்த போதும், இனி
சரியாது என் சிறகுகள். . .!

50.உறவுகள் வாழ்வதற்க்கே!!!

திரைகடல் ஓடினோம் திரவியம் தேடவே
உறைவிடம் மாறிய பறவைகள் போலவே
பொருளது வேண்டுமே புவியிதில் வாழவே
பணமது இல்லையேல் இல்லையோர் வாழ்க்கையே
உறவுகள் நினைவது உயிரென இணைவது
தொலைவினில் இருப்பினும் விழியிமை போன்றது
பொழுதது தான்வரும் பிரிந்தவர் சேர்ந்திட
நிலையிதை நினைத்திட உறவுகள் வசப்படும்!!

உணர்வுகளை புரிந்துகொள்ளும்
உன்னதமான மொழி இது
பிறப்பு முதலாக
நட்பு முடிவாக
பல பரிமாணம் கொண்ட
பன்முகக் கண்ணாடி இது
தாயுடன் சேய் கொண்ட உறவும்
உள்ளத்துடன் நீ கொண்ட உறவும்
உயிருடன் உடல் கொண்ட உறவும்
இயற்கையின் படைப்பினில்
இமயமாய் நிற்பவை

ஆனால் இன்று
இயற்கையுடனான உறவு இயந்திரமானது
இயந்திரதுடன் உறவு இயல்பானது
மனிதனுடனான உறவு மறந்து போனது
மனிதம் இங்கே மரத்துப்போனது
உலகம் சுருங்கலாம் ஆனால்
உறவுகள்???

உழைப்பின் உதவியை நாடினால்
வாழ்வின் வாசல் வசப்படும்
உறவுப் பூவை முகர்ந்தால்
வாழ்வின் வாசம் புலப்படும்
மானிடா.....

உறவுகள் வாழ்வின் வேர்கள்
உலகுடன் நீ கொண்ட உறவு முதல்
மண்ணுடன் நீ கொண்ட உறவு வரை
உறவை வளர்த்திடு
உன்னதம் உணர்ந்திடு
உறவுகள் விற்பனைக்கு அல்ல
வாழ்வதற்கே
அன்பை ஆள்வதற்கே......

நன்றி

Printed by Libri Plureos GmbH in Hamburg,
Germany

9 789391 423247